गोष्ट
डॉटकॉम

तळ्याकाठची मैत्री

आणि इतर बोधकथा

ज्ञानदा नाईक

हे पुस्तक **माझं** आहे.

मेहता पब्लिशिंग हाऊस

TALYAKATHCHI MAITRI
ANI ITAR BODHKATHA by Dnyanada Naik

तळ्याकाठची मैत्री आणि इतर बोधकथा / बालसाहित्य

प्रकाशक : सुनील अनिल मेहता
मेहता पब्लिशिंग हाऊस, १९४१, सदाशिव पेठ,
माडीवाले कॉलनी, पुणे ३०.
☎ ०२०-२४४७६९२४
E-mail : author@mehtapublishinghouse.com
Website : www.mehtapublishinghouse.com

मुद्रक : स्पेक्ट्रम ऑफसेट, एरंडवणा, पुणे ०४

प्रथमावृत्ती : एप्रिल २०१९

मुखपृष्ठ व आतील चित्रे : घन:श्याम देशमुख

चार पुस्तकांचा संच

दिसायला वेगवेगळी भावंडं

अनिरुद्ध आणि अस्मिता दोघं बहीण-भावंडं. मिळून खेळायची, खिदळायची. दोघांना एकमेकांशिवाय करमायचं नाही. दोघांचं प्रेम पाहून आईबाबांना फार कौतुक वाटायचं. आई म्हणायची, ''अगदी दृष्ट लागण्याजोगं प्रेम आहे बहीण-भावंडांचं. जरा एकमेकांशिवाय राहत नाहीत दोघं.''

अनिरुद्ध पाच वर्षांचा झाला. अस्मिता सात वर्षांची. एकाच आईच्या पोटी जन्माला येऊनही दोघं दिसायला अगदी वेगळी. अनिरुद्ध पाणीदार डोळ्यांचा, रेखीव जिवणीचा, तरतरीत नाकाचा, कुरळ्या केसांचा आणि तकतकीत गव्हाळ रंगाचा होता. अस्मिता मात्र नाकीडोळी बेताची आणि रूपाने सामान्य होती.

वय वाढू लागलं तशी हळूहळू दोघांनाही आपापल्या रूपाची जाणीव होऊ लागली. खेळताना अनिरुद्धच्या जरा मनाविरुद्ध झालं, हरायला लागला की तो

अस्मिताला तिच्या रूपावरून काहीतरी चिडवायचा. आपल्या मित्रांच्यात खेळायला जाताना अस्मिताला बरोबर न्यायला त्याला लाज वाटायला लागली. यात भर म्हणून बिचाऱ्या अस्मिताला चष्मा लागला.

"ए ढापणे, तू घरी थांब. मी आज राजूकडे वाढदिवसाला जाणार आहे."

अनिरुद्धचे हे बोलणं आईने ऐकलं. "का रे, राजू तुझा मित्र आहे तसा अस्मिताचाही आहे. तिलाही घेऊन जा बरोबर." ती म्हणाली.

आईच्या आवाजात जरा दटावणी होती. तो आईपाशी जाऊन कुरकुरला, "मला नाही आवडत तिच्याबरोबर जायला. माझे मित्र चिडवतात मला."

अस्मिताला हे ऐकून फार फार वाईट वाटलं. तिचे डोळे भरून आले. ओठ थरथरू लागले. नाकपुड्या लाल झाल्या. घरापाठीमागच्या तुळशीवृंदावनापाशी बसून ओंजळीत चेहरा लपवून ती रडू लागली. 'आपला भाऊ किती सुंदर आहे. आपण त्याच्यासारखे का नाही?' या विचाराने ती फार खिन्न झाली. तेव्हापासून अस्मिता एकटी एकटी राहू लागली. शाळेतही ती कुणात मिसळेनाशी झाली.

हसरी, अल्लड अस्मिता अबोल झाली. 'आपण बरं, आपला अभ्यास बरा' असं तिला वाटे. तिचं खेळायला जाणं कमी झालं. सुट्टी असली की ती पुस्तकं वाचायची किंवा उदासपणे दूर कुठेतरी बघत बसायची. अस्मितातला हा फरक बाबांच्या लक्षात आला. एकदा तिच्याबरोबर गप्पा मारत ते तुळशीवृंदावनाच्या कट्ट्यावर बसले होते. अनिरुद्धही खेळून परत आला होता. तोही येऊन कट्ट्यावर बसला. बोलता बोलता बाबा म्हणाले, "बाबांनो, रूपाचा फार विचार करायचा नसतो. चांगलं दिसण्यापेक्षा चांगलं असणं जीवनात महत्त्वाचं असतं. अनी, तुझा चेहरा जेवढा चांगला आहे, तेवढेच चांगले वाग आणि अस्मितताताई, अगं रूपापेक्षा तुझे गुण तुला सुंदर करतात."

जे रूप घेऊन आपण जन्माला येतो, ते बदलणं आपल्या हातात नसतं. पण चांगले गुण अंगी बाणवणं प्रत्येकाच्या हातात असतं.

संकल्प : मी जसा आहे तसा स्वतःला स्वीकारीन.

कासव, सरडा आणि मिठाचं गाठोडं

(आफ्रिकेतील बंटु जमातीतील लोककथा)

कासवाकडचा मिठाचा साठा संपला होता. मिठाशिवाय जेवण फारच बेचव लागायला लागलं म्हणून त्याने शेजारच्या जंगलात राहणाऱ्या भावाकडून थोडं मीठ आणायचं ठरवलं. भावाकडे मिठाचा बराच साठा होता.

"कसं घेऊन जाशील तू मीठ?" भावाने विचारलं. "झाडाच्या सालीच्या तुकड्यात बांधून ती दोरी खांद्यावरून ओढेन." कासव म्हणालं.

भावाला कल्पना चांगली वाटली. सालीच्या गाठोड्यात मीठ बांधून कासव सावकाश निघालं. त्याच्या पाठीमागून ठेचकाळत, घसरत गाठोडं चाललं होतं. अचानक गाठोड्याला बांधलेल्या दोरीला ओढ बसली. एक लठ्ठ सरडा त्यावर बसलेला कासवाने पाहिला.

"ए, बाजूला हो. तुला मिठाच्या गाठोड्यावर बसवून मी दोघांचे ओझे कसा ओढू?" कासव ओरडलं.

“रस्त्याने चालताना मला हे गाठोडं सापडलं आहे, म्हणून हे गाठोडं माझं आहे.” त्याच्या आवाजापेक्षा उंच आवाजात सरडा म्हणाला.

“भलतंच काय बडबडतोस. त्याची दोरी माझ्या खांद्यावर आहे. हे मिठाचं गाठोडं माझं आहे.”

सरडा काही केल्या ऐकेना. म्हणाला, “पंचांकडे जाऊन निवाडा करू.” सरडा म्हणाला. पंचांनी दोघांची बाजू ऐकली. ते गावातले शहाणे वृद्ध होते, आपापसांत चर्चा करून त्यांनी निकाल दिला. त्यातले काही पंच सरड्याचे नातेवाईक होते. त्यांना वाटले आपल्यालाही सरडा मीठ देईल.

“दोघांनी निम्मे निम्मे मीठ वाटून घ्या.” निकाल ऐकून कासवाला फार वाईट वाटलं. खूश होऊन सरड्याने झाडाच्या सालीच्या मोठ्या तुकड्यात स्वत:च्या वाट्याचं मीठ घेतलं. उरलेल्या तुकड्याभोवती पानं गुंडाळून स्वत:च्या वाट्याचं मीठ दोरी बांधून खांद्यावरून ओढत दुसऱ्या दिवशी कासव घरी पोहोचलं. तोपर्यंत बहुतेक मीठ सांडून गेलं होतं. रात्री विश्रांती घेऊन कासव तडक परत निघाले, ते सरड्याच्या घरी. उडत्या मुंग्यांचे जेवण मीठ लावून सरडा खात होता.

“वा! वा! बघा मला काय सापडलं, अख्खा सरडा!” त्याच्या पाठीवर चढून कासव म्हणालं.

“ए उतर खाली, हे काय करतोयस?” सरडा दचकून ओरडला.

कासव उतरलं नाही. गाव गोळा करून त्याने पंचांना बोलवायला लावलं. “मला वाटेत हा सापडला. हा माझ्या मालकीचा आहे, तुम्ही योग्य निवाडा करा.” पंचांनी दोघांची बाजू ऐकली. विचार केला. मिठाच्या वेळी जो निकाल दिला तोच आताही द्यायला हवा असं ठरलं.

“मिठाच्या गाठोड्याप्रमाणे सरड्याचे दोन भाग करून कासवाचा वाटा त्याला मिळावा.” निकाल दिला गेला. लबाड आणि हावरट सरडा कासवाला म्हणाला, “मला मरू देऊ नकोस. तुझे मीठ परत देईन.” कासव आनंदात मिठाचे गाठोडे घेऊन घराकडे निघालं.

आपल्याला फसवणाऱ्या लोकांना ओळखता आलं पाहिजे. अशा लोकांना ‘जशास तसे’ या न्यायाने धडा शिकवला पाहिजे.

संकल्प : आपल्याला फसवू पाहणाऱ्यांशी मी चातुर्याने वागेन. आपल्या अक्कलहुशारीने त्यावर मात करेन.

नवं नातं

किमयाचे बाबा किमयाला स्कूटरवरून पोहोचवायचे, न्यायला यायचे. शाळेत ग्रीटिंग कार्ड बनवायला सांगितले की किमया हमखास तिच्या बाबांसाठी कार्ड लिहायची. तिच्या बोलण्यात बाबांबद्दल प्रेम नेहमी जाणवायचं. कुमार तिचा वर्गमित्र होता. दोघेही शेजारी राहायचे. एकत्र शाळेला जायचे. कुमारला स्पायडरमॅन आवडायचा. त्याची सगळी स्पायडरमॅन कॉमिक्स तोंडपाठ होती.

किमया कुमारला कधी समोर शोधायची नाही. तिला ठाऊक असे की तो कायम माळ्यावर नाहीतर झाडाच्या शेंड्यावर सापडतो. कधीकधी घराच्या छपरावरसुद्धा. कुमारचे बाबा त्याला नेहमी ओरडायचे. मार्क कमी पडले म्हणून, तर कधी दंगा करतो म्हणून. कधी सारखं बाहेर हुंदडत असतो म्हणून, तर कधी मित्रमैत्रिणी जमवून घरात गोंधळ घालतो म्हणून. बाबांची त्याला भीती वाटायची आणि रागही यायचा. त्याने किमयाला विचारलं, ‘‘अगं, तू एवढी तुझ्या बाबांची

नेहमी स्तुती कशी करतेस. आई प्रेमळ असते. रागावत नाही. लागलं, पडलं तर जवळ घेते. बाबा नेहमी फक्त रागावतातच. मला बाबांची भीती वाटते आणि काही वेळा खूप रागही येतो. किमया जरा वेळ गप्प झाली. तिचे डोळे हळूहळू भरून आले. हळव्या आवाजात ती म्हणाली, ‘‘कुमार, मलाही बाबा नेहमी रागावणारे, कमी मार्क पडले म्हणून नाराज होणारे, नेहमी स्वत:च्या कामात दंग असणारे आणि आईसारखे प्रेमळ नसणारे आहेत, असं वाटायचं. मीही कधी बाबांशी फारशी बोलायचे नाही. आजी आजारी होती म्हणून आई पुण्याला गेली, माझी शाळा बुडेल म्हणून मी गेले नाही. मी आणि बाबाच होतो. एके दिवशी मी शाळेतून घरी आले ते तापाने फणफणत. बाबांनी डॉक्टरना बोलवलं. औषध देऊन तपासून डॉक्टर गेले. ऑफिसला न जाता बाबा माझ्याजवळ असायचे. ताप पाहायचे, औषधे द्यायचे, फळं द्यायचे. वत्सलाबाई म्हणाल्या, ‘‘साहेब, तुम्ही ऑफिसला जाऊन येत जा. मी असतेच की ताईजवळ. पण बाबा माझी

काळजी घेत घरीच राहिले. ताप वाढत होता. एका रात्री मला जाग आली. बाबा माझ्या कपाळावर थंड पाण्याच्या घड्या ठेवत होते. मी त्यांच्याकडे पाहिलं, माझा हात हातात घेऊन ते म्हणाले, ‘किमया, लवकर यातून बरी हो राजा. तुला काही होणार नाही. माझ्या आयुष्यातली सगळ्यात मौल्यवान गोष्ट तू आहेस. बरी हो राजा.’ बोलताना त्यांचे डोळे भरून आले. बाबांना माझ्याबद्दल किती वाटतं हे मला त्या क्षणी जाणवलं आणि माझा आजार, वेदना सगळं दूर व्हायला लागलं. बाबांचं आणि माझं नवं नातं निर्माण झालं.’’

आपल्या घरचे आपल्यावर खूप प्रेम करीत असतात. प्रेम व्यक्त करण्याचे त्यांचे मार्ग वेगवेगळे असतात. काहींना ते बोलून दाखवता येत नाहीत. आपण ते जाणून घ्यायचं असतं.

संकल्प : माझे पालक माझ्यासाठी खूप काही करतात, माझ्यावर प्रेम करतात याची जाण मी ठेवीन.

तळ्याकाठची मैत्री

प्रणव तळ्यावर फार खूश होता. बाबांची बदली झाली म्हणून शाळा, मित्र सगळं सोडून नव्या गावी जायला तो फार नाराज होता. शिवाय गावही छोटं होतं. कसं करमणार तिथे, असा विचार करणारा प्रणव हल्ली घरी फारसा नसायचाच. ऊठसूट तळ्याकाठी जायचा. तिथं तळ्यात मासे पोहत असायचे. छोटी काळी कासवं डोकं पाण्यावर काढून पोहताना दिसायची. तळ्याकाठी पक्षी यायचे. भुंगे फुलपाखरं... सगळी अद्‌भुत दुनिया होती.

एके दिवशी तळ्याकाठी गवतात बसलेल्या प्रणवपाशी तळ्यात पोहणारं बदक आलं. त्याने पिसं हलवून पाणी उडवलं. मग थोडा वेळ गवतातले किडे त्याच्या चपट्या चोचीने टिपले. प्रणवला वाटलं, 'आपण हललो तर बदक घाबरेल. किती सुंदर आहे. तपकिरी पांढरी पिसे, त्यांची तयार झालेली नक्षी, टपोरे डोळे आणि पायांच्या बोटांमधले प्लॅस्टिकच्या पिशवीच्या कागदासारखे

दिसणारे पडदे.' बदक त्याच्यापासून चार फुटांवर पाठीत चोच खुपसून डोळे मिटून निर्धास्त झोपून गेलं. प्रणवला वाटलं, घरी जायला उठलो तर बिचाऱ्याची झोप मोडेल. बदक जागं होण्याची वाट पाहत तो बसून राहिला. थोड्या वेळाने बदक जागं झालं आणि ठुमकत पाण्याकडे निघून गेलं.

त्या रात्री प्रणवला बदकाचीच स्वप्नं पडत होती. दुसऱ्या दिवशी बाबांना त्याने विचारलं, ''बदकं काय खातात? माझा एक मित्र आहे बदकुल्या.''

बाबांनी त्यांच्या बी-बियाण्यांच्या डब्यातून मूठभर दाणे काढून त्याला दिले. त्या दिवशी बदकुल्याची आणि प्रणवची खूप गट्टी जमली. एके दिवशी प्रणवने हातावर ठेवलेले दाणेसुद्धा 'बदकुल्या'नं धीटपणे खायला सुरुवात केली. प्रणवचा आनंद गगनात मावेना. शाळेत सगळ्या मित्रमैत्रिणींना तो बदकुल्याच्या गमती सांगायचा. घरी आईबाबांशी बोलताना दुसरा विषय नसायचा.

एके दिवशी बदकुल्या थोडा लंगडत प्रणवकडे आला. प्रणव काळजीत पडला. काय झालं बरं याला? काय करावं? त्याला काही सुचेना. दुसऱ्या दिवशी

तो शाळेत गेला नाही. बाबांना घेऊन गावातल्या प्राण्यांच्या डॉक्टरकडे गेला.

"होईल नीट. दोनतीन दिवस वाट पाहा. नाही बरा झाला तर मी येईन तुझ्याबरोबर." डॉक्टर म्हणाले. आणि खरंच बदकुल्या दोन दिवसांत बरा झाला.

एके दिवशी बदकुल्या कुठेच दिसेना. प्रणवने वाट पाहिली. हाका मारल्या. संध्याकाळी बाबा म्हणाले, "अरे, तो त्याच्या देशात निघून गेला. थंडीपुरता इथे आला असणार. पुढच्या वर्षी पुन्हा येईल." प्रणव रोज तळ्याकाठी जातो. आता त्याला आणखी नवे मित्र मिळाले आहेत.

बदल घडत राहतात. कुठलीच गोष्ट कायम राहत नाही. अशा वेळी आपण बदल स्वीकारायला हवा. गोष्टी बदलल्या, दुरावल्या म्हणून दुःख करण्यात काय अर्थ आहे?

संकल्प : माझ्या बाबतीत घडणारे बदल मी स्वीकारीन.

अमितचा पिलू

तात्याआजोबा नेहमीप्रमाणे पहाटे उठून टेकडीवर फिरायला गेले होते. जाताना ते खांद्याला शबनम पिशवी अडकवून जायचे. त्यात पाण्याची बाटली आणि भूक लागली तर खायला काहीतरी थोडंसं असायचं. फिरताना त्यांना झाडाखाली गवतात एक पोपटाचं पिलू दिसलं. त्यांना कळेना काय झालं असावं. जवळपास त्याचे आईवडील दिसत नव्हते. त्यांच्या आवाज येत नव्हता. त्यांनी अलगद रुमाल त्याच्या पुढ्यात पसरला आणि ते वाट पाहत राहिले. पिलू घाबरलं असावं म्हणून त्याच्या चोचीत पाण्याचे थेंब टाकले. पिलू जरा तरतरीत झालं आणि चालत अलगद रुमालावर आलं. तात्याआजोबांनी रुमालासकट उचलून त्याला पिशवीत ठेवलं आणि ते घाईने घरी आले.

छोट्या अमितला त्यांनी पिलू दिलं. अमित फार खूश झाला. त्याला मित्र मिळाला. आजोबांनी पिलासाठी पिंजरा आणला. त्यात पाण्यासाठी वाटी,

खाण्यासाठी ताटली ठेवली. अमित पिलाची काळजी घ्यायचा. त्याला वेळच्या वेळी खायला, प्यायला द्यायचा. त्याचा पिंजरा धुऊन साफ करायचा. शाळेत जाईपर्यंत पिलाचा पिंजरा त्याच्या नजरेसमोर असायचा. शाळेतून आला की, हातपाय धुऊन आधी तो पिलाजवळ जायचा. त्याला शाळेतल्या सगळ्या गोष्टी सांगायचा. मित्रांच्या तक्रारी, टीचरने केलेलं कौतुक सगळं सगळं पिलाशी बोलायचा. पिलाचा हिरवागार रंग, त्याचे डोळे, टोकदार लाल चोच याची कितीतरी चित्रं अमितने काढली होती. कधी पेरू खाणारा पिलू, कधी मान वाकडी करून मांजराकडे पाहणारा पिलू, तर कधी झोपलेला पिलू.

एकदा आई म्हणाली, ''अरे, त्याला काही नाव-बिव ठेव ना.''

''अगं, त्याचं नाव पिलू आहे.'' अमित म्हणाला.

अमित आणि पिलू महिनाभरात अगदी जिवाभावाचे दोस्त झाले होते. पिलूशिवाय अमितला अगदी करमायचं नाही. एके दिवशी अमितने पिलाचा पिंजरा साफ केला. सुकायला उन्हात ठेवला. मित्र बोलवायला आला तसं घाईने

दप्तर पाठीला अडकवून तो शाळेत गेला. संध्याकाळी येऊन पाहतो तो पिलू पिंजऱ्यात नव्हता. पिंजऱ्याचं दार बंद करायचं राहिलं होतं. पिलू उडून गेला होता. अमित फार फार दु:खी झाला.

"रडू नकोस. अरे, उडण्याच्या प्रयत्नात तुझा पिलू खाली पडला असणार. मला तो दिसला. मी घरी आणून तुला दिला. त्याच्या पंखात बळ आलं तसा तो उडून गेला." आजोबा म्हणाले.

आवडणारं कुणी दूर गेलं, कुणी आपल्याला फसवलं, काही दु:खद घडलं तर आपण दु:खी होतो. पण खचून जायचं नाही, असंही आपण ठरवतो. वाढण्याची, जगण्याची ताकद आपल्या आत असते.

संकल्प : मी कणखर आहे हे विसरणार नाही.

टिंगूमिंगूची मदत

टिंगूमिंगू भुताची आणि राघवची चांगली मैत्री होती. भूत असल्यामुळे टिंगूमिंगूला कुठलीही गोष्ट करता यायची. राघव त्याला आवडायचा. त्यामुळे टिंगूमिंगू राघवला नेहमी मदत करायचा. कुठलीही गोष्ट घडली की राघव टिंगूमिंगूची मदत घ्यायचा. शाळेत बेसबॉलची मॅच होती. राघवला कधी कुणी टीममध्ये घ्यायचं नाही. पण राघवला बेसबॉल खेळायला फार आवडायचं. एके दिवशी संध्याकाळी फिरायला गेल्यावर तो टिंगूमिंगूला म्हणाला, ''मला शाळेतल्या टीममध्ये चमकायचंय. तू जादू कर ना!'' टिंगूमिंगूचं लक्ष चिंचेच्या मोठ्या झाडावर खेळणाऱ्या भुतांकडे होतं. त्यानं राघवचं बोलणं ऐकलंच नाही. राघव मात्र खूश होता, कारण टिंगूमिंगूमुळे तो शाळेत चॅम्पियन म्हणून चमकणार होता. शाळेत सरांनी नेमकं राघवला बोलावून सांगितलं, ''आजपासून प्रॅक्टिसला ये बेसबॉलच्या, शेखर खेळणार नाही, कारण त्याला बरं नाही.''

"टिंगूमिंगू जिंदाबाद." राघव म्हणाला. त्याला ठाऊक होतं की टिंगूमिंगूनंच हे घडवून आणलंय. तो मन लावून प्रॅक्टिस करायला लागला. त्या गडबडीत मॅचचा दिवस उजाडेपर्यंत तो टिंगूमिंगूला भेटलासुद्धा नाही. मॅचच्या दिवशी मात्र राघव म्हणाला, "आज माझी मॅच पाहायला नक्की ये हं! रामबाग मैदानात दुपारी तीन वाजता."

आणि तो गेला निघून! टिंगूमिंगूला वाटलं, "अरे वा! आधी काहीच कसं सांगितलं नाही यानं!"

मॅच सुरू झाली. राघवला खात्री होती, की नेहमीप्रमाणे टिंगूमिंगूची शक्ती आणि जादू आपल्याला मदत करणार. त्यामुळे अगदी आत्मविश्वासाने त्याने खेळायला सुरुवात केली. टिंगूमिंगू शेंगदाण्यांचा पुडा घेऊन प्रेक्षकांत जाऊन बसला आणि ओरडून ओरडून राघवला इतरांबरोबर प्रोत्साहन देत होता. राघव भलताच जोशात होता. राघवच्या शाळेच्या टीमचा उत्साह वाढला होता. सारेच जोमाने खेळायला लागले. प्रतिस्पर्धी शाळेच्या टीमचं मात्र धाबं दणाणलं होतं.

खेळाचे शिक्षक चकित होऊन राघवचा खेळ पाहत होते. राघवचे मित्र राघवला जोरजोरात प्रोत्साहन देत होते. राघवची टीम जिंकली. राघवच्या खेळाचं कौतुक झालं. मित्रांनी राघवला मिठी मारली.

घरी परतताना राघव म्हणाला, ''टिंगूमिंगू, सगळी तुझी करामत. तुझ्यामुळे मी आज खरंच फार चमकलो, दोस्ता!''

टिंगूमिंगू चकित होऊन म्हणाला, ''मी काहीच केलं नाही. तू खेळणार आहेस हे मला तू दुपारी सांगितलंस आणि निघून गेलास.''

राघवच्या लक्षात आलं, की आता त्याला टिंगूमिंगूच्या मदतीची मुळीच गरज लागत नाही. त्याची छाती आणखीनच फुगली.

कधीतरी तुमच्या लक्षात येईल, की ज्या गोष्टी मदतीशिवाय अशक्य वाटतात, त्या घडू शकतात. मात्र त्यासाठी मन लावून सराव करणं वा काम करणं आवश्यक असतं.

संकल्प : 'मी करू शकतो' हा विश्वास मी बाळगेन.

सख्ख्या मैत्रिणी

संकल्पा आणि मल्लिकाच्या मैत्रीचं सगळ्यांना आश्चर्य वाटायचं. संकल्पाचे वडील मोठे बिझनेसमन होते. मोठ्या बंगल्यात राहणारी, गाडीतून फिरणारी संकल्पा आणि दोन खोल्यांमध्ये राहणारी मल्लिका यांच्या मैत्रीचं त्यांच्या इतर मित्रमैत्रिणींनाही फार गूढ वाटायचं. दोघींचं जगच वेगळं होतं. पण दोघी शाळेत एकाच बाकावर बसायच्या. ''सगळे म्हणतात, आपली मैत्री कशी? आपण फार वेगवेगळ्या आहोत.'' मल्लिका म्हणाली.

''आहोतच. तुझे केस कुरळे आणि छोटे आहेत. माझे सरळ आणि लांब आहेत.'' संकल्पा हसत म्हणाली.

दोघी एका मॉलमध्ये विंडो शॉपिंग करत हिंडत होत्या.

मल्लिका गंभीरपणे म्हणाली, ''तू खरेदी करताना कसलाच विचार करत नाहीस. मी किंमत आधी पाहते. तू आवडेल ते खरेदी करतेस आणि मी परवडेल ते खरेदी करते.''

मल्लिकाचा मूड बदलायला संकल्पा म्हणाली, ''चल, आपण चौपाटीवर जाऊन पाणीपुरी खाऊ या. मजा करू या.''

दोघी चौपाटीवर गेल्या. पाणीपुरी, भेळ खाल्ल्यावर वाळूत गप्पा मारत बसल्या. मल्लिका समुद्राकडे पाहत म्हणाली, ''मला समुद्राचा आवाज ऐकत बसायला फार आवडतं.''

''दे टाळी! अगं, मलाही समुद्राचं हे संगीत सगळ्यात आवडतं.''

''बघ, आपल्या आवडी एक आहेत की नाही,'' गार वाळूत पाय खुपसत संकल्पा म्हणाली. मल्लिकाचं लक्ष दोन माणसांकडे गेलं. बराच वेळ ते दोघींकडे पाहत होते. आई नेहमी सांगायची, 'संध्याकाळी कुठे पोरीपोरी जात जाऊ नका. अंधार पडायच्या आत घरी येत जा. उगीच काळजी लागून राहते मला. आता दिवस आमच्या वेळेसारखे राहिले नाहीत. सांभाळून असावं.'

''संकल्पा, मला ती माणसं बरोबर वाटत नाहीत. चल निघू या,'' असं म्हणत मल्लिका उठली. तेवढ्यात ती माणसं त्यांच्याजवळ पोहोचली. एकाचं लक्ष संकल्पाच्या हातातल्या पर्सकडे होतं. तो पुढे यायला लागला, तशी मल्लिकाने मुठी आवळल्या. त्याला ठोसा मारण्याच्या तयारीत असलेल्या

मल्लिकाला पाहून संकल्पाने कराटेचा पवित्रा घेतला. दोन्ही गुंडांनी काढता पाय घेतला. हा प्रकार पाहणारे शिंदे हवालदार तोपर्यंत दोघींच्या जवळ पोहोचले होते. कौतुकाने ते म्हणाले, ''मी त्या दोघांचं लक्ष तुमच्याकडे आहे हे पाहून इकडे येतच होतो, पण मी येण्याची गरज नव्हती. तुम्ही तुमची काळजी घेऊ शकता.'' दोघी हातात हात गुंफून हसल्या. मल्लिका म्हणाली, ''माझा दादा बॉक्सिंग चॅम्पियन आहे.'' संकल्पा म्हणाली, ''मी कराटे शिकते.'' दोघी एकमेकींकडे पाहून म्हणाल्या, ''आम्ही एकत्र आलो तर कुणालाही पुरे पडू. कारण आम्ही दोघी सख्ख्या मैत्रिणी आहोत.''

मैत्री कुणाशीही होऊ शकते, कारण दोन व्यक्तींत काही गुण नक्कीच सारखे असतात.

संकल्प : मैत्रीतले सारखे गुण मी शोधेन.

आभाळाएवढा नाना

'नाना' त्या छोट्याशा खेड्यातला सगळ्यात म्हातारा माणूस होता. इतका म्हातारा की, कुणालाच तरुणपणीचा नाना ठाऊक नव्हता. म्हातारा नाना कायम फार उत्साही, आनंदी असायचा. खरंतर तो वारंवार आजारी पडायचा. त्याचे सांधे ठणकायचे. गुडघेदुखीमुळे त्याला धड चालता यायचं नाही, पण नेहमी हसतमुख असणारा नाना काही ना काही विनोद करायचा. साऱ्यांना हसवायचा. स्वत: खदखदून हसायचा आपल्या बोळक्या तोंडाने. थकलाभागला होता, पण गोष्टी सांगायला कधी कंटाळायचा नाही. पोरांचा घोळका नेहमी हसत, दंगा करत त्याच्या घरी गोंगाट करायचा.

तो सगळ्या पोरांचा आजोबा होता. मोठी माणसं त्याला 'आंधळा नाना' म्हणायची. नाना खोटं खोटं रागावून म्हणे, "अरे लेकांनो, कुणाला आंधळा म्हणता. माझे डोळे उघडे असोत किंवा मिटलेले, दिवस असो किंवा रात्र, मला सगळं दिसतं." खरंच होतं ते! नाना काठीशिवाय चालायचा, पण कधी

अडखळायचा नाही. येणारी पोरं तोंड उघडायच्या आधी त्यांना नावानिशी हाक मारून बोलायचा.

पोरं भांडणं सोडवायला त्याच्याकडे यायची. मास्तरांनी, आईवडिलांनी मारलं तर तक्रार करायला यायची. पडली-झडली तर औषध लावायलाही त्यांना नानाच लागायचे. नानाला काहीही विचारा; डोळे बारीक करून, जीभ तोंडात घोळवून तो विचार करायचा आणि चतुरपणे उत्तर द्यायचा. गावकरीही नानांचा सल्ला घेऊन, त्याचा विचार घेऊनच कुठलीही गोष्ट करायचे. संध्याकाळी गावातली पोरं नानाच्या ओसरीवर गोळा व्हायची. भाजके हरभरे, शेंगा, रताळी असा रानमेवा त्यांना मिळायचा.

नानाच्या गोष्टी ऐकून पोरं शहाणी होत मोठी होत होती. अंधार पडायला आला, की नाना प्रत्येकाच्या डोक्यावर मायेने हात फिरवून म्हणायचा, "माझ्या पोरांनो, सुखी व्हा. आता घरी जा बरं." आपण सुखी होणार असा विश्वास प्रत्येकाला वाटायचा. पोरं हलायची नाहीत. 'गोष्ट सांग'चा हट्ट चालू राहायचा. "अरे, पहाट होत आली वाटतं." असं नाना म्हणाला की, मात्र पोरं धाकानं

घराकडे परतायची. एके दिवशी नानानं अंथरूण धरलं. "पोरांनो, म्हाताऱ्याला त्रास देऊ नका. तो फार आजारी आहे." मुलांना घरी सांगितलं गेलं. सगळी एकत्र जमली. नानाशिवाय त्यांना चैन पडेना. वयाने मोठा असलेला अरुण म्हणाला, "मला वाटतं, नाना आता मरणार आहे." सगळी जण फार दु:खी झाली. दोन, तीन दिवस गेले. पोरं फार अस्वस्थ होती. नानाशिवाय करमत नव्हतं.

एके दिवशी सगळी नानाकडे गेली. "नाना, तुला बरं कसं करू?" अरुणने विचारलं. नाना मान हलवून म्हणाला, "वरचं बोलावणं आलंय. जायला हवं. आकाश नेहमी तुमच्या डोक्यावर असतं ना तसाच मीही असेन."

नाना नंतर कायमच निळ्यानिळ्या आभाळातून मुलांना पाहायचा आणि मुलं त्याला.

प्रत्येकात काही चांगले गुण असतात. त्यांचा वापर दुसऱ्याच्या उपयोगी पडण्यासाठी केला तर त्या व्यक्ती आपली सदैव आठवण काढतात.

संकल्प : आवडत्या वस्तू किंवा माणसं मनात कायम राहतात हे मी विसरणार नाही.

पेपरचं भुंकणं

पेपर फार गोंगाट करायचा. तरी तसं ते गुणी पिल्लू होतं, पण सगळा दिवस भुंकण्यात घालवला की ते फारच खूश असायचं. मांजर दिसलं की भुंकायचा 'भो, भो' करून. मांजर फिस्स करून पळून जाईपर्यंत गोंधळ घालायचा. झाडावर पक्षी दिसले की याने केलंच भुंकणं सुरू म्हणून समजावं. बिचारे पक्षी घाबरून दूर उडून जायचे. झाडांवरसुद्धा पेपर भुंकायचा. ती बिचारी मुकाट उभी राहायची. करतात काय. निघून जाणार कशी? पोस्टमनवर पेपरने भुंकणं सुरू केलं की तो घाईने पायऱ्या उतरून निघून जायचा. दूधवाला, पेपरवाला, कुण्णाकुण्णाला सोडायचा नाही पेपर. सुमीत आपल्या कुत्र्यावर ओरडायचा.

"पेपर गप्प बस, पेपर इकडे ये." पण पेपर आपला आनंदात भुंकतच राहायचा. एके दिवशी सुमीत अभ्यास करत बागेत बसला होता. पेपर जरा जास्तच आनंदात होता. त्याने भुंकण्याचा नुसता सपाटा लावला होता.

"गप रे पेपर. किती ओरडतोस. माझा अभ्यास होत नाहीये तुझ्या आरडाओरड्याने." कधी नव्हे ते सुमीत पेपरवर रागावला. पेपर गप्प झाला. न ओरडण्याचा प्रयत्न करत राहिला. उडणारं फुलपाखरू पाहून त्याने न ओरडता दुर्लक्ष केले. 'गूँ, गूँ' करून गोल फिरणाऱ्या माशीला पाहूनही त्याने आवाज केला नाही. गवतात त्याचा खेळण्याचा पिवळट हिरवा चेंडू पडला होता. तो पाहूनही उड्या मारत, वेडंवाकडं धावत तो भुंकला नाही. पेरूच्या झाडावर दोन पक्षी गुलुगुलु बोलत होते. पेपरने गप्प राहण्याचा प्रयत्न केला. पेपर फारच हैराण झाला. पाहावं तिकडे भुंकण्याजोग्या गोष्टी त्याला दिसत होत्या. कुठेही न लक्ष देता फक्त गवताच्या पात्यांकडे पाहायचं त्यानं ठरवलं.

थोडा वेळ गेला आणि कुंपणापासच्या गवतात त्याला हालचाल जाणवली. तो एकटक पाहत राहिला. सळसळही ऐकू आली. भुंकण्यासाठी त्याने तोंड उघडलं आणि त्याला सुमीतची तंबी आठवली. त्याने तोंड मिटलं आणि थोडं पुढे जाऊन तो टक लावून, कान उंचावून उभा राहिला. त्याला विचित्र आवाजही

ऐकू येऊ लागले. मग मात्र धोका ओळखून त्याने बेंबीच्या देठापासून भुंकायला सुरुवात केली. आसपासचा परिसर भुंकण्याने दणाणला.

"चूप रे!" सुमीत ओरडला. पण पेपरला काहीतरी सळसळणारा, 'हिस्स' करणारा, जीभ बाहेर काढणारा लांबडा प्रकार दिसत होता. मैत्रीपूर्ण असं त्यात काहीच नव्हतं. उलट धोकादायक वाटत होतं. न थांबता तो प्रचंड भुंकत राहिला. कुणीच कसं माझ्या ओरडण्याकडे लक्ष देत नाही? मग मात्र सुमीतचे बाबा घरातून बाहेर आले वैतागून. सुमीतला वाटलं की हा इतका का भुंकतोय. तोही पाहायला आला. साप पाहून तो ओरडला. बाबांनी कात्रज उद्यानाला फोन करून कळवलं. माणसं येऊन सापाला पकडून घेऊन गेली. पेपर तोपर्यंत भुंकतच होता.

आपल्यातल्या क्षमतेचा, गुणांचा, कौशल्याचा योग्य वेळी उपयोग केला तर स्वत:ला आनंद आणि अभिमान वाटतो. गरज नसताना उपयोग करून तो वाया कशाला घालवायचा?

संकल्प : मी माझ्या गुणांचा योग्य वापर करीन.

घाबरट सावनी

सावनीच्या घाबरटपणाला सगळ्या मैत्रिणी हसायच्या. तिची चेष्टा करायच्या. सावनीला सारखी कशाची ना कशाची भीती वाटायची. अंधार पडला की बाहेर जायला ती घाबरायची. घरचे बाहेर गेले की घरी एकटं थांबायला ती तयार नसायची. एकटं तर ती कधीच झोपायची नाही. आई किंवा ताई कुणीतरी शेजारी लागायचंच तिला. वर्गातली मुलं नेहमी तिला घाबरवण्यासाठी काहीतरी क्लृप्ती शोधायचे, अन बिचारी सावनी खरंच घाबरून जाऊन रडायला लागायची.

त्या दिवशी रात्री ताईबरोबर सावनी झोपली खरी. पण ताईला जायचं होतं मैत्रिणीच्या वाढदिवसाच्या पार्टीला. सावनीला सांगावं तर पंचाईत, कारण एकटं झोपायला नको म्हणून ती ताईबरोबर येण्याचा हट्ट करणार. धाकट्या बहिणीलाही पार्टीत कसली आणतेस म्हणून मित्र-मैत्रिणी वैतागणार. ताईने ठरवलं हिला

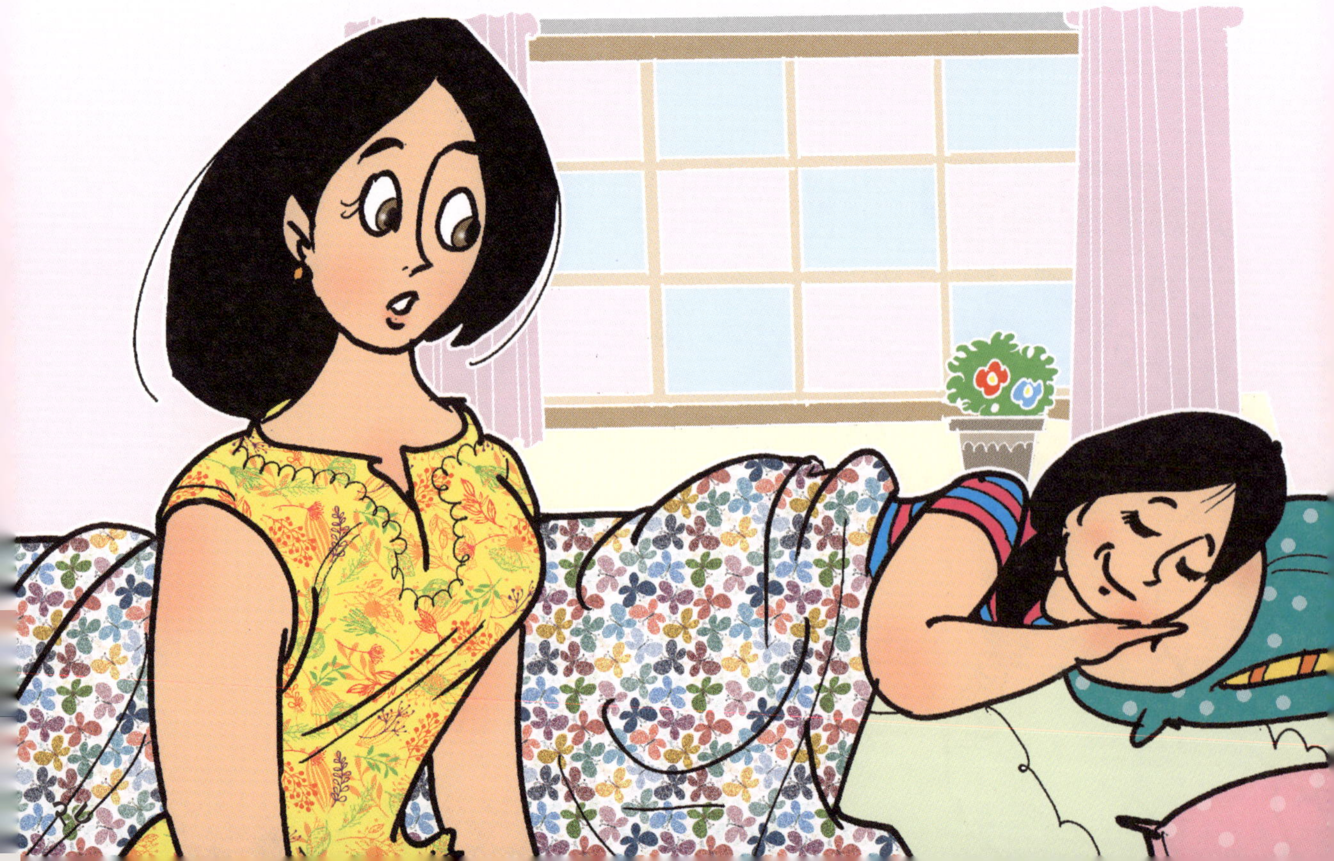

सांगायचंच नाही. ती सावनीशी गप्पा मारत तिच्या शेजारी पलंगावर झोपली आणि सावनीला झोप लागलेली पाहून पाय न वाजवता स्वत:ची तयारी करून निघून गेली. आईबाबाही नाटकाला गेले होते. रात्री उशिरा येणार होते.

टीव्हीच्या आवाजाने सावनीला जाग आली. शेजारी ताई नव्हती. हॉलमध्ये उजेडही दिसला. ताई टीव्ही पाहत बसलीय मला या खोलीत एकटीला सोडून... असं वाटून सावनीने ताईला हाका मारल्या, ''ए ताई, मला भीती वाटते गं एकटीला. टीव्ही बंद करून ये ना झोपायला.'' पण ताईचा काहीच आवाज येईना. तसं थोडं वैतागून पाय आपटत सावनी हॉलमध्ये आली. पाहते तर ताई नव्हतीच तिथे. बाप रेऽऽ! हॉलमध्ये उजेड आणि गाणं तर ऐकू येतंय. कोण असेल? कुणी घरात येऊन गाणी ऐकतंय, का भूतबित आहे? सावनीने डोळे घट्ट मिटून घेतले. पायातलं बळ जाऊन ती मटकन खाली बसली. गुडघ्यात डोकं घालून आवाज न करता थरथरत राहिली.

एवढ्यात हॉलमधला दिवा लागला. ताईचा आवाज ऐकू आला, ''ए वेडाबाई, अशी का गं बसली आहेस?'' ताई पार्टीहून परतली होती. ताईचा

आवाज ऐकून सावनीच्या जीवात जीव आला. ताईला घट्ट मिठी मारून तिने सारा प्रसंग सांगितला. ताईने दिवा बंद केला आणि सारा प्रकार तिच्या लक्षात आला. लॅपटॉपमध्ये सीडी घालून गाणी ऐकताना तिने कधीतरी फोन घेण्यासाठी आवाज कमी केला होता आणि मग लॅपटॉप बंद करायला ती विसरली होती. रात्री कधीतरी स्क्रीन लाइटअप होऊन सीडी चालू झाली होती. तिने सावनीला झाला प्रकार दाखवला. लॅपटॉप बंद केला. उजेड आणि गाणं नाहीसं झालं. सावनी ताईच्या कुशीत शिरली.

कारण शोधलं तर लक्षात येतं की आपली भीती काल्पनिक होती.

संकल्प : मी भीतीचं कारण शोधेन.